शब्दांतले बाबा

कविता ही माझ्यासाठी माझ्या आनंदासाठी माझ्या
दुखासाठी मनातले भाव व्यक्त करण्यासाठी

अलिक्षा अंबादास उगले

मी हे पुस्तक माझ्या वडिलांसाठी लिहिले आहे

माझे बाबा आता माझ्यासोबत नाहीत पण त्यांची कमी मी या कवितांच्या शब्दात भरून काढली आहे.

अनुक्रमणिका

अनुक्रमणिका

प्रस्तावना

शब्दांतले बाबा

ह्या पुस्तकामध्ये मी माझ्या व माझ्या कुटुंबाच्या भावना
मांडण्याचा प्रयत्न केला आहे .

सगळ सुरळीत आणि आनंदात चाललेलं असताना आमच्या
कुटुंबावर दुःखाचा डोंगर कोसळला.

अन् एक शांत हवेचा प्रवाहात आमचा कानी बातमी आली
की बाबा आता आमच्यात नाही राहिले.

खरंच हे सगळ आयुष्य scripted असत का?

हे आपल आयुष्य लिखित आहे का?

लिखित आहे तर इतकं वाईट का?

काल तर ठीक होते , मग अचानक श्वास का थांबतो?

असे अनेक प्रश्न माझ्या मनात घर तयार करत होते

मग मी हे प्रश्न शब्दात उतरविण्याचा प्रयत्न केला

हे शब्द मला माझे बाबा पुन्हा देऊ शकत नाही पण

ह्या शब्दांमध्ये मी माझ्या बाबांच्या खूप साऱ्या आठवणी
साठवून ठेवल्यात.

माहित नाही मला शब्द मांडता आले की नाही

पण जे मनात येत होत ते मी लिहीत गेले .

म्हणतात बोलल्याने मन हलक होत आता ह्या शब्दातून मी
खूप बोलण्याचा प्रयत्न केला आहे .

शब्द अबोल आहेत पण माझ्या कुटुंबासाठी हे शब्द बोलके
आहे.

1. खूप काही ऐकायच होते

खूप काही ऐकायच होते
जरा वेळ तरी येऊन भेटाल का....?
गप्प बसलेल्या आमच्या हृदयाशी
येऊन जरा बोलाल का....?
किती तरी वेळा दरवाजात येऊन वाट बघितली
कासावीस झालेल्या डोळ्यांना एकदा तरी दिसाल का.?
न बोलता येणाऱ्या भावना
जरा तरी समजतील का....?
अश्रू देखील गारठले आईचे
जरा येऊन पुसाल का ..?
खूप प्रेम करतो आम्ही
हे तुम्हाला पण समजते ना
मग जरा वेळ तरी येऊन भेटाल का........?
वाट बघता बघता वर्ष देखील सरले
मग एकदा तरी वेळ काढून भेटायला याल का....?

2. "बाबा"

"बाबा"

हाताचे बोट धरून चालायला शिकवले तुम्ही

पाठ दुखत असली तरी मला घोडा बनवून खेळवले तुम्ही

आजारी पडल्यावर काळजी पोटी मांडीवर घेऊन झोपवले
तुम्ही

आई नि कधी मारले तर तिच्यावर रागावले तुम्ही

तुमची मुले खूप मोठी व्हावे म्हणून खूप झटले तुम्ही

आणि आपल्या लेक रांसाठी उंच अपेक्षा बाळगल्या तुम्ही

वाईट कधी वागलो तर ओरडले तुम्ही

छोटी चूक असल्यास पोटात घालून प्रोत्साहन दिले तुम्ही

चांगले काम केल्यावर तोंड भरून कौतुक केले तुम्ही

सर्वांवर प्रेम केले व सर्वांना समजून घेतले तुम्ही

कधी वेळ आली तर पाठीशी खंबीर उभे राहिले तुम्ही

बाल पानापासून परिस्थितीमुळे खूप खस्ता खाल्ल्या तुम्ही

किती संकट आले तरी यशाचा उज्वल रस्ता गाठला तुम्ही

3. आठवणी

पप्पा तुमच्या आठवणींनी कधी कधी

आपोआप डोळे ही पाणवतात

तुम्ही या जगात नसले तरी

सतत सोबत असल्यासारखे जाणवतात

पप्पा साधा नवा ड्रेस जरी घातला तरी ही

तुम्हाला सर्वात पहिली दाखवायला येणारी मी

आणि आत्ता तुमच्याच आठवणींत

तुमच्यावरच लिहिणारी मी(वेळ आणि काळ किती लवकर

बदलतो ना)

पप्पा तुमच्यासोबत वेड्यासारख्या वागणाऱ्या

तुमच्या मुली आज मोठ्या झाल्या सारख्या वागताय

तुमच्या जुन्या आठवणींन सोबत आज त्या

नवे विचार अन् नाविन्यतेने सजताय

4. तुमच अस जाण

तुमच अस जाण
मनाला हुरहुर लावून गेल
अजूनही वाटते मनाला
तुम्ही येणार आम्हाला भेटायला
तुमच्या जाण्याने खूप
पोकळी निर्माण झाली
घर असून सुद्धा
त्यात घरपण नाही
डोळे बघतात वाट तुमची
पन मनाला कोण
सांगणार नाही येणार आत्ता तुम्ही

5. भावना

कोणत्याही परिस्थितीत शांत,प्रसन्न,संयमी
कसं राहावं याच ज्वलंत उदाहरण होता तुम्ही...
रक्त एकच आहे पण तरीही तुमच्यासारखे
कधी होऊ शकेल का ओ आम्ही?...
पप्पा तुमच्या इतकं नाही,तुमच्या एवढं ही नाही
पण आमच्या परीने जितकं शक्य होईल तितक
आम्ही मम्मीला आनंदी ठेवण्याचा,सुख देण्याचा प्रयत्न
करू...
तिचा दुःखद आठवणींचा पेटारा आम्ही
हळू हळू सुखद आठवणीने भरू...
कोणाच्या मनातील भावनांतून, कोणाच्या विचारांतून
आजही तुमचा आदर्श वाट्टेल असेच तुम्ही दिसता...
पप्पा आजही तुमच्या फोटोकडे बघितल तर वाटत
तुम्ही सर्व काही सोडून फक्त माझ्याकडे बघून हसता...

6. आठवणींची ज्योत

पप्पा तुमच्या आठवणींची ज्योत कायम तेवत राहणार
अंधारात तुमच्या आठवणींकडे मी 'सोबत' म्हणुन पाहणार
वडील शिक्षक मित्र अशा कितीतरी नात्यातुन तुम्ही
आमच्यासोबत काही मुलांनाही घडवलं
विषय कोणताही असो तुमच्यासोबत
काही शेअर करताना नाही कधी मनाने अडवल
आज ही गावात गेल की लोक बोलतात
"सरांसारखा दुसरा माणूस कोणी होणार नाही"
आणि घरात येताच पाहुणे बोलतात
"सरांशिवाय घर भरलेलं वाटत नाही"
पप्पा, तुमच्यासारखे इतरांच्या हृदयावर कदाचित
राज्य नाही करू शकणार मी
पण मम्मीला नेहमी आनंदी ठेवण्यासाठी
नेहमी प्रयत्नात असेल मी

7. तक्रार

आठवण तर खूप येते
पण सांगू कोणाला मी
सर्व आहेत सोबत
पण तुमच्या सारखे कोणीच नाही
नकळत घडले जे
कधी स्वप्नातही वाटले नव्हते
का रे देवा आमचे वडिलांचे छत्र तू हरपले
तक्रार आहे माझी त्या देवाकडे
ज्याने आमच्या कडून आमचे पितृछत्र हरपले

8. जुन्या आठवणी

आज पुन्हा आभाळ भरुन आले
अन् तुमच्या सर्व आठवणींनी मन दाटून आले
जुन्या आठवणी आज पुन्हा आठवल्या
त्याच त्या आठवणी मनात जपून ठेवल्या.
आयुष्याच्या प्रत्येक पाऊलावर साथ तुमची हवी आहे
अस्तित्वात तुम्ही नसलात तरी तुमची स्वप्ने पूर्ण
करण्यासाठी तुमची लेक खंबीर उभी आहे.

9. आस

का तुमच्या येण्याची
आस अशी लागली
देवाने तुमच्या आणि माझ्या
नात्याची दोर अलगत का तोडली.
जेव्हा तुम्ही आम्हाला
पोरक करुन गेले
तेव्हा डोळे कमी
मन जास्त रडले.

10. खंत मनाची

खंत आहे मनी

ह्या छोट्याश्या जीवनी

राहून गेल्या तुमच्या गोष्टी

तरी प्रयत्न करते

सर्व इच्छा पूर्ण होण्याची

देवा जे झाल ते सर्व ठीक आहे

पण आता माझं एक ऐकशील का रे?

पुढचा जन्म माणसाचाच आणि वडील म्हणुन

हेच पप्पा देशील का रे?

11. ओल्या आठवणी

ओल्या आठवणी
डोळे पाणावुनी
मनाला स्पर्श करुनी
स्वतःचे मन हरवूनी
कळत नकळत
स्वतःला समजाऊनी
आठवतात त्या आठवणी
आठवणीतल्या त्या ओल्या आठवणी.

12. उणीव

वाट बघता बघता आज वर्ष झाले
एक दीड तासात जाऊन येतो बोलले तुम्ही
आज वर्ष झाले पण तुम्ही आलेच नाही
असले जरी सर्व जण जवळ
तुमची उणीव भासते आम्हा सारखी
प्रत्येक मिनीट प्रत्येक तासाला आठवण येते तुमची
अजूनहि वाट बघतो आम्ही तुमची परत येण्याची.

13. सहवास

पुन्हा येईल का ती वेळ
तुमचा सहवास आम्हाला मिळेल का
शब्दांच्या पलीकडच्या त्या आठवणी
सहवासातून परत येतील का?
पप्पा तुमच्या सोबतच्या त्या गोड आठवणी
आम्हाला एकदा तरी अनुभवायला भेटतील का?

14. कधी येणार आहे सांगा ना?

वाट बघते तुमची आतुरतेने
कधी येणार आहे सांगा ना?
तुमच्यात गुंतलेले आमचे मन
आत्ता जरा ही वेळ राहवेना.
घरातले सर्व वाट बघतात तुमची
कधी येणार आहे सांगा ना?
तुमचे अचानक पणे जाण्याने
पोकळी जीवनातली जराही सोसवेना.

15. तुमची आठवण

आज सर्व काही जवळ आहे
पण तुमच्या सारखे कोणीच नाही

प्रत्येक मिनिटाला आठवण येते तुमची
तुमच्या शिवाय घरात काही मज्जा च नाही

तुमच्या फोटो कडे बघितले की हसता ना तुम्ही
आज सात महिने पूर्ण झाले एक आवाज दिला का नाही
तुम्ही?
तुम्ही गेलात तेव्हा डोळ्यात आले पाणी
तुमच्या त्या आठवणी जपतो आम्ही मनी
तुमचा तो निरागस चेहरा
कायम आहे आमच्या ध्यानी
प्रत्येक आठवणीत आहेत सोबत तुम्ही

16. एक दिवस

सतत वाटत आम्हाला
कोणीतरी घेऊन याव तुम्हाला
सर्व आहे ईथे
पण तुमच्या सारखे कोणीच नाहि
जुन्या त्या आठवणीत रमून
मनमोकळ्या मनाने गप्पा माराव्या
सर्व काही विसरून देवाने
एक दिवस पाठवावे तुम्हाला.

17. न सुटणाऱ्या आठवणी

कितीतरी गोष्टींचा आजही
उलगडा झाला नाही
अध्यावरती राहिलेले प्रश्न
कधीच सुटणार नाही
मनात साचलेल आभाळ
आणि हृदयात ठेवलेली आठवण
याल का ओ आम्हा
भेटायला पटकन.

18. विश्वास

विश्वासच बसत नाही तुमच्या कडे बघून
मन अजून मानतच नाही त्या फोटोकडे पाहून
कधी कधी एकट वाटत सर्व जण असून
कधी बोलावस वाटत तुमच्या कडे बघून
कधी शांत बसावे वाटत तुमच्या कडे पाहून
कधी वाटत चालय ते अनुभवत राहावं तुमच्याकडे बघून
खूप काही सांगायचे आहे पप्पा तुम्हाला भेटून.

19. सोबत

तुम्ही नाही सोबत म्हणुन आयुष्य जणू एकटच आहे
तुम्ही नाही घरी तर घर सुद्धा सून पडलंय
खरं तर तुमच्या शिवाय कोणाच पान हालत नाही
वाटा चुकल्या सारखं वाटतं पण वाटे कडे लक्ष नाही
वय कमी असून सुधा मनाची समजूत घातली आहे
माझीच मी हरवून शोधण्याचा अट्टाहासही करत नाही.

20. देव

वडीलांन सारखा देव आमचा
आज देवानेच हरपला आहे
सर्वांच्या आनंदाचा विचार करत
ते अनंतात विलीन झाले आहे
तुमच्या परतीची वाट पाहत
प्रत्येकाचे डोळे पाणावले आहे
तुमचे नाव प्रत्येकाच्या ओठी असावे
त्यासाठी तुमची लेकरे सज्ज झाली आहेत

21. क्षण

सांजवेळी येणारी ती तुमची आठवण
रात्री डोळ्यात पाणी देऊन जातात
अलगत ते सर्व क्षण मग
हळुवार मनास वेडावून जातात
अजूनही वाटत त्या गेलेल्या
क्षणांनां परत आठवावे
अविस्मरणीय त्या क्षणांनां
या ना पप्पा परत घेऊन
स्तब्ध होते मी अन डोळे बंद
ओठ सुध्दा अबोल होऊन जातात
भेटायला आत्ता अतुर होते मन
परत गाठ होईल का ओ पण
"पप्पा"

22. सहमत

सगळ काही जवळ आहे फक्त तुम्ही नाही
तुमच्या शिवाय जगण्याला काहीच किंमत नाही
तुम्ही एक चांगलं घर दिलं
पण त्यात राहायला मन तयार नाही
आम्ही आनंदी राहायचा प्रयत्न करतो
पण तुमच्या सोबत चा आनंद ह्यात नाही
खूप दिवस झाले तुम्ही दिसला नाही
पण तुमची आठवण आली नाही असं झाले नाही
लोक म्हणतात वेळे बरोबर आठवणी जातात
पण आम्ही त्यावर सहमत नाही

23. आशीर्वाद

"पप्पा"

लहान पणी चालताना आधार होता तुमचा

पण तरुण पणी जीवनाशी संघर्ष करताना धीर हवा होता तुमचा

डोळ्यातील अश्रू ना आठवण तुमची येते

सुख दुखामध्ये मला साथ तुमचीच हवी असते

जीवनाच्या या वाटेवर हवे होतात तुम्ही

तुम्ही नसलात सोबत तरी तुमचा आशीर्वाद आहे मनी

24. देव नक्कीच कुठेतरी चुकला

इवल्याश्या माझ्या हातातुन पप्पा
खुप लवकर तुमचा हात सुटला
तुमच्या मृत्युची तारीख लिहिताना
देव नक्कीच कुठेतरी चुकला
पप्पा तुम्ही एखाद्या संकटाच्या वादळाच्या वेळी आमच्या
पुढे
उभे असलेली आमची सावलीच जणु काही
आता सर्व काही असूनही मन मात्र
कुठेतरी तुमच्या आठवणींत गुरफटून राही

25. जगातील सर्वात मोठं संकट

सेवा करून, चांगला माणूस बनून
पप्पा खुप मिळवलं होतं तुम्ही पुण्य
तुमच्या सारखे पप्पा आमच्याकडे आहेत
म्हणुन आम्हीही झालो होतो धन्य
तुम्ही होता सोबत म्हणुन सगळ वातावरण
आणि वातावरणासोबत आयुष्य ही रम्य झाल होत
पप्पा आता तुमच्या जाण्याने आयुष्याच
जणु पलटून गेल होत
काय झालं?कसं झाल? कधी झाल?
समजायला सर्वच कठीण गेलं
पप्पा जगातील सर्वात मोठं संकट
आपल्या नात्यावर इतक्या लवकर का आल?

26. आठवणीतला स्पर्श

कोणत्याही परिस्थितीत रक्षण करणारे सुरक्षा कवच आहात
तुम्ही
शरीराने नसले तरीही मनाने कायम सोबत असणारे विचार
आहात तुम्ही

आठवणींनतूनही स्पर्श करणारे हळवे मन आहात तुम्ही
सर्वांसाठी एक आदर्श माणूस आहात तुम्ही

कोणालाही सहज लाजवेल अशा विचारांची प्रेरणा आहात
तुम्ही
आणि आम्हाला नेहमीच हवे हवेसे वाटेल असे वडील
आहात तुम्ही

27. आवडती व्यक्ती

कोणी आजही विचारलं की 'तुमची सर्वात आवडती व्यक्ती
कोण आहे'?

तर पप्पा अगदी सहज तोंडातून तुमच नाव निघुन जाते

पप्पा तुम्ही माझ्या साठी खास होते आणि अजुनही आहात

आपली भेट होत नसली तरी ही क्षणा क्षणाला मला तुमची
आठवण येते

पप्पा तुम्ही दिसत नसले तरीही

माझ्या हृदयात नेहमीच राहता ना

अन् पप्पा तुम्ही खर बोला

माझ्या हृदयातून तुम्ही मम्मीला पाहता ना

28. हाक

जेव्हा हाक कानाशी येते तो शब्द ऐकू येता
मनाची तहान भागल्या सारखी वाटते
मनात आशेच्या पाकळ्या उमलायला लागतात
आवाज त्यांचाच आहे की भास होतो ते ही कळत नाही
हळूच स्वतः ला हाक मारते
अन मनाला अस्तित्वाची जाणीव करून देते
नाहीय बाबा आता आपल्यात
अन पुन्हा मनाला हे ही सांगते
की बाबा आपल्यात नसूनही
आपल्या सोबत च आहे
ही हाक कोणी तरी दुसरी व्यक्ती देतं होती
त्यात मी माझं सुख पाहत होती
येईल का पुन्हा मला बाबाची हाक
असं स्वतःला च प्रश्न करत असते
आयुष्याचा वाटेवरचा तो क्षण
अन क्षणात बाबा च आयुष्याशी रुसणं
मिळेल का अस्तित्वात बाबा पुन्हा
असं मनालाच विचारत होती
बाबासोबतची माझी स्वप्न खूप मोठी होती
पण बाबाच्या आयुष्याच्या पुस्तकांची पाने खूप कमी होती

29. कधी न कधी

कधी न कधी , कधीतरी कुठेतरी
भेटशील बाबा , भेटलास की पुन्हा एकदा
तुझ्या लेकराला जवळ घेशील बाबा
हसत हसत घरा बाहेर गेलास
अन आलास तर सर्वांनाच रडवलस बाबा
चुकल्यावर ओरडणारा बाबा
तू कसा रस्ता चुकलास रे
सुर्यासारखा तेजस्वी तू
सृष्टी पलीकडे मावळलास रे
आहेस कुठे बाबा
तुझी वाट सापडेना रे
कधी न कधी , कधीतरी कुठेतरी
भेटशील बाबा , भेटलास की पुन्हा एकदा
तुझ्या लेकराला मिठीत घेशील बाबा

30. पोरकं करून गेले

आयुष्य जगायला शिकवणारे च
अध्र्या वाटेत आयुष्य सोडून गेले
माणसाची ओळख शिकवता शिकवता
स्वतः चीच ओळख विसरून गेले
माझी लेकरं म्हणत
आम्हा पोरकं करून गेले
शांत हस्याने सगळ्यांची मन जिंकणारे
आज देवाच मन जिंकून गेले
माझी लेकरं म्हणत
आज आम्हा पोरकं करून गेले

31. आठवणींचा ठेवा

मनाच्या कोपऱ्यात कुठेतरी
एक विश्वास आहे
ह्या छोट्याशया जीवाला
तुमचीच आस आहे
तुमच्या आठवणींचा ठेवा
जरा खास आहे
तुम्ही जरी नसला सोबत
तरी प्रत्येक श्वासात तुमचाच भास आहे

32. प्रिय पप्पा

प्रिय पप्पा

मृत्यू सर्वकाही बदलतो ना.

पण वेळ काहीही बदलत नाही ना पप्पा

मला अजूनही विश्वास बसत नाहीये.

तुम्ही नाहीये हे म्हणायला पण मन अजूनही तयार होत नाहीये.

मला आज तुमची खूप आठवण येते कारण.

आज मला तुमची खुप गरज आहे..

मी आज १८ वर्षांची झाली.

शेवटच्या वाढदिवशी मी किती पुण्य केले असेल..

हे मला माहिती नाही.

पण ह्या वर्षी तुमची मुलगी खूप दुखी आहे .

कारण तुम्ही मला माझ्या अध्र्या वाटेवर सोडुन गेलात .

मी आज १८ वर्षांची झाली तुम्ही माझ्या सोबत फक्त

१७ वर्ष ९ महिने आणि ११ दिवस होता हा इतक्या वर्षांचा

प्रवास आठवणीत जाईल अस कधीच वाटले नव्हते.

प्रत्येक परिस्थितीत तुम्ही आम्हाला शिकवायचे.

आत्ता तुझ्याशिवाय मी निरर्थक आहे.

माझ्या आयुष्यातला हा दिवस तुमच्या आशीर्वादा शिवाय अपूर्ण आहे.

तुम्ही असा तारा आहे की जो आपल्या कुटुंबासाठी हवा होता .

तुम्ही सर्वांत प्रिय होता आहे आणि आयुष्भर असाल.
पप्पा सर्व जन म्हणता की तुम्ही देवाकडे गेलात
मग आमचं एक काम कराल ना देवा ला सांगा की
कोणत्याच मुलांच्या आयुष्यात हा क्षण कधीच येऊ नको .
जगातल्या प्रत्येक मुलांना त्यांच्या वडिलांची गरज असते
म्हणा.
आम्हला पण तुमची खूप गरज होती.
पण आमचं नशीब खूप खराब आहे.
पण ज्यांचे नशीब चांगले आहे ना ,
त्यांच्या आयुष्यात हा क्षण कधीच येऊ नको देऊ म्हणा...
तुमचीच कन्या.

33. शब्दांच्या पलीकडच्या त्या आठवणी

सैलभर वाटणारी मिठी

घट्ट काळजाशी बिलगली होती

स्पर्शांची चाहूल त्यानेही

मिटल्या पापनिने जाणली होती

हुरहूर वाढवनारी भीती

कुशीत शिरताच निवळली होती

भेदरलेली हळवी ती चाहूल

बापाच्या कुशीत विसावली होती

पप्पा आज 2 वर्षे पूर्ण झाली तुम्ही आमच्या सोबत नाहीयेत.

वेळ किती पटकन निघून जाते ना .

मला ती प्रत्येक गोष्ट आठवते आत्ता जी तुम्ही तेव्हा सांगायचे आणि मी तेव्हा हसून ignore करायचे.

मला काय माहित की त्याचं गोष्टी आत्ता मला उपयोगात येतील.

मी जशी जशी मोठी होतीय त्या प्रत्येक गोष्टी माझ्या आयुष्यात उपयोगात आणते .

तुम्ही खरंच खूप strong होता.

लहान पणी आजी तुम्हाला सोडून गेली काका आत्या खूप लहान होते त्यांना तुम्ही एका आई प्रमाणे सांभाळले.

त्यांचे शिक्षण पूर्ण केले त्यांना त्यांच्या पायावर उभे केले
त्याचं बरोबर स्वतःचे शिक्षण ही पूर्ण केले.
शिक्षण घेत असताना खूप संघर्षांचा सामना तुम्ही केला .
बाबांचे चे शिक्षण नसल्या मुळे त्यांना खूप समजाची
जाणीव नव्हती त्यामुळे तुम्हीच सर्वांचे आई आणि बाबा
झाले .
त्यानंतर स्वतःच्या मुलांना ही असे बनवले की ते
स्वतःच्या पायावर उभे राहून काही ही करू शकतील.
पापा खरंच तुम्ही खूप great आहात. कितीही वाईट वेळ
आली तर कधीच हार नाही मानली .
तुम्ही सतत बोलत राहिलात हे ही दिवस निघून जातील .
तुम्ही सतत परिवाराचा विचार केला स्वतः कडे कधीच लक्ष
नाही दिले .
कधी आमचे काही दुखले तर मध्य रात्री आम्हाला ला
hospital मध्ये घेऊन गेलात .
पण स्वतःचे काही दुखले तर होईल ठीक काही नाही असे
म्हणून टाळत राहिला.
मला अजूनही आठवते कधी मला थोडा कसलाही त्रास
झाला तर तुमच्या डोळ्यात येणारे ते पाणी.
स्वतःच्या जीवा पेक्षा जास्त प्रेम केले तुम्ही आमच्या वर .
त्याचं प्रेमा साठी का वो नाही घेतली तुम्ही तुमच्या जिवची
काळजी .
तो 5 ऑक्टोंबर चा दिवस अजूनही आठवतो मला शेतात
काम करत असताना तुम्हाला attack आला.
तो तुम्हाला ही नाही समजला आणि मला ही नाही
समजला असे वाटते तेव्हा मला समजले असते तर आज
तुम्ही आमच्या सोबत असता.

इतका त्रास होऊनही तुम्ही पुन्हा दुसऱ्या दिवशी शेतात
गेला दिवसभर शेतात काम केले.

आणि तो 7 ऑक्टोंबर चा दिवस मी माझ्या आयुष्यातला
सर्वात वाईट दिवस मानते त्या दिवशी तुम्ही आम्हाला
सोडून गेलात

आणि पुन्हा परत कधीच दिसला नाहीत फक्त हे बोलून
गेलात मी अर्ध्या तासात येतो तुम्ही झोपून घ्या.

त्या अर्ध्या तासाची आम्ही अजूनही वाट बघतोय वो पप्पा.

असा हा गुरू

त्या उगवत्या बीजाला
शिक्षणाची गोडी लावून
त्या अथांग आकाशात
भरारी घ्यायला शिकवणारी
प्रकाशझोत
ज्ञानाचा अखंड महासागर .
अन त्या उसळत्या ज्ञानाच्या लाटा
आज अचानक शांत झाल्या
आणि आम्हा ज्ञान देणारा तो प्रखर सूर्य
आभाळामध्ये हरवला
आम्हा लेकरांच्या डोळ्यातील
अश्रू पुसणारा गुरू
आज त्याच लेकरांच्या डोळ्यात अश्रू देऊन
अनंतात विलीन झाला
असा हा गुरू.